Diana Lynn

Published by D&D Graphics in 2018
First edition; First printing

ISBN 978-1-947594-00-5

My
Holiday
Planner

YEAR:

Happy Happpy Christmas.
Time with family, time with
friends, make good cheer,
for Christmas comes but
once a year.

This book belongs to:

____

If this is not your book, find
the owner here:

____

Table of Contents

Master To-Do List

Master To-Do List

✓ Description

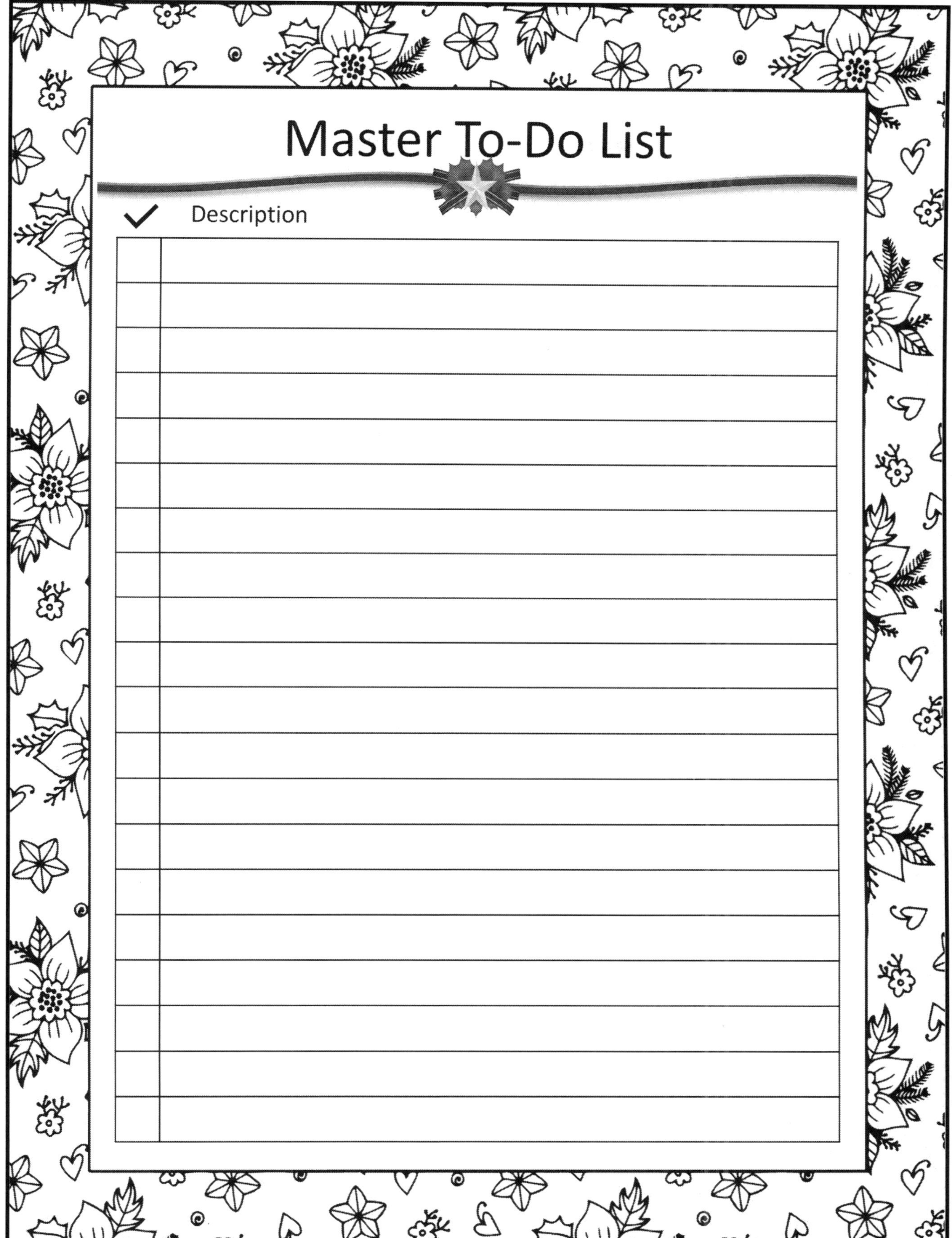

Master To-Do List
Description

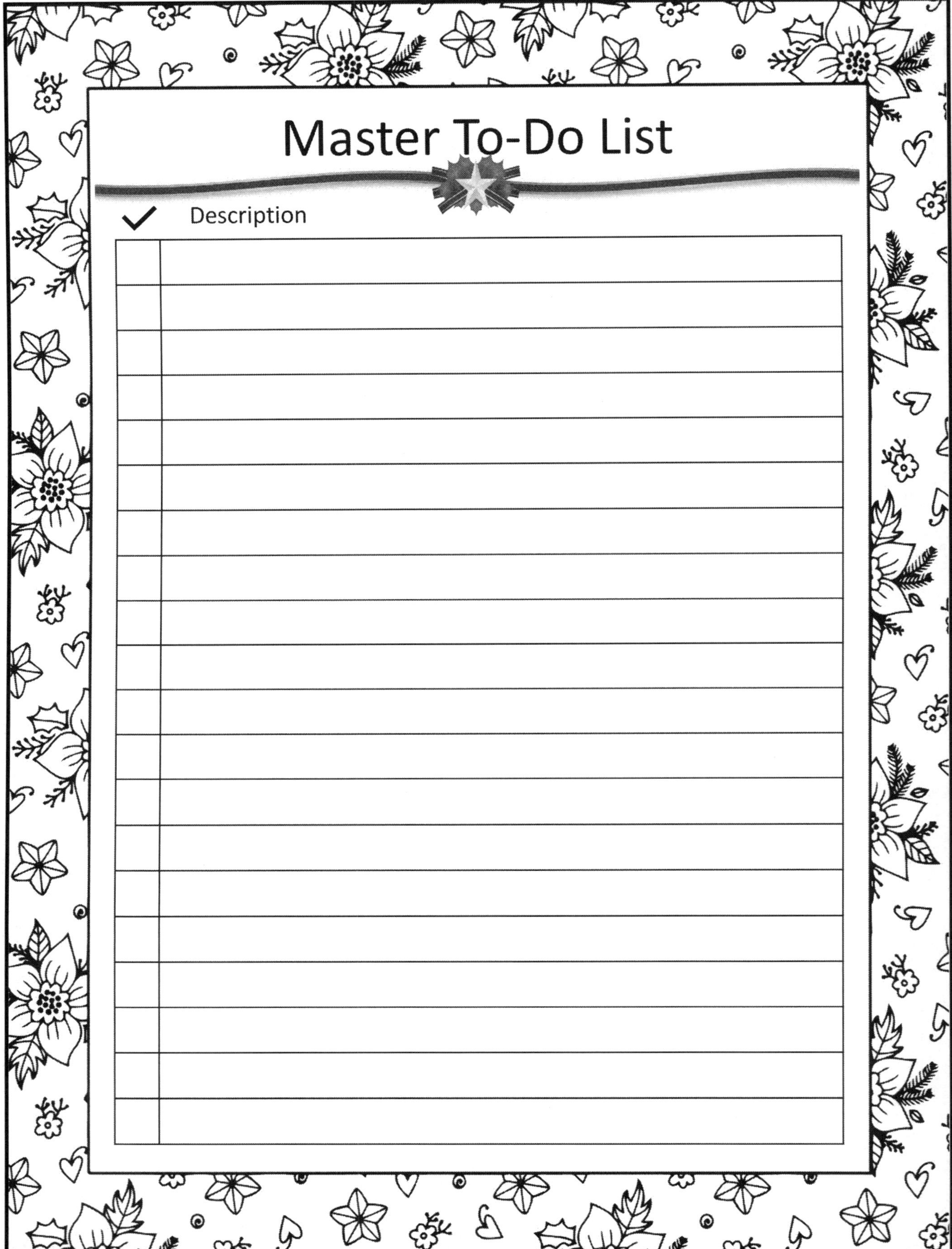

Master To-Do List
Description

Master To-Do List

✔ Description

Master To-Do List

Daily Planning

DAILY PLAN

DATE: _______________________

APPOINTMENTS:

M T W   T F S S

__:__ _______________________

__:__ _______________________

__:__ _______________________

__:__ _______________________

TODAYS GOALS:

1 _______________________
2 _______________________
3 _______________________
4 _______________________
5 _______________________

MENU:

TO DO LIST:

☐ _______________________
☐ _______________________
☐ _______________________
☐ _______________________
☐ _______________________
☐ _______________________
☐ _______________________
☐ _______________________
☐ _______________________
☐ _______________________
☐ _______________________
☐ _______________________

NOTES:

DAILY PLAN

DATE: _______________________

APPOINTMENTS:

M T W T F S S

__:__ _______________________
__:__ _______________________
__:__ _______________________
__:__ _______________________

TODAYS GOALS:

1 _______________________
2 _______________________
3 _______________________
4 _______________________
5 _______________________

MENU:

____
____
____
____
____

TO DO LIST:

☐ _______________________
☐ _______________________
☐ _______________________
☐ _______________________
☐ _______________________
☐ _______________________
☐ _______________________
☐ _______________________
☐ _______________________
☐ _______________________
☐ _______________________
☐ _______________________

NOTES:

DAILY PLAN

DATE: ___________________________

APPOINTMENTS:

M T W T F S S

__:__ ___________________________

__:__ ___________________________

__:__ ___________________________

__:__ ___________________________

TODAYS GOALS:

1 ___________________________
2 ___________________________
3 ___________________________
4 ___________________________
5 ___________________________

MENU:

TO DO LIST:

☐ ___________________________
☐ ___________________________
☐ ___________________________
☐ ___________________________
☐ ___________________________
☐ ___________________________
☐ ___________________________
☐ ___________________________
☐ ___________________________
☐ ___________________________
☐ ___________________________
☐ ___________________________

NOTES:

DAILY PLAN

DATE: _______________________

M T W   T F S S

TODAYS GOALS:

1 _______________________
2 _______________________
3 _______________________
4 _______________________
5 _______________________

TO DO LIST:

☐ _______________________
☐ _______________________
☐ _______________________
☐ _______________________
☐ _______________________
☐ _______________________
☐ _______________________
☐ _______________________
☐ _______________________
☐ _______________________
☐ _______________________
☐ _______________________

APPOINTMENTS:

__:__ _______________________
__:__ _______________________
__:__ _______________________
__:__ _______________________

MENU:

____
____
____
____
____

NOTES:

DAILY PLAN

DATE: _______________________

M T W T F S S

TODAYS GOALS:

1 _______________________
2 _______________________
3 _______________________
4 _______________________
5 _______________________

TO DO LIST:

☐ _______________________
☐ _______________________
☐ _______________________
☐ _______________________
☐ _______________________
☐ _______________________
☐ _______________________
☐ _______________________
☐ _______________________
☐ _______________________
☐ _______________________
☐

APPOINTMENTS:

__:__ _______________________
__:__ _______________________
__:__ _______________________
__:__ _______________________

MENU:

____
____
____
____
____

NOTES:

DAILY PLAN

DATE: _______________________

APPOINTMENTS:

M T W T F S S

__:__ _______________________
__:__ _______________________
__:__ _______________________
__:__ _______________________

TODAYS GOALS:

1 _______________________
2 _______________________
3 _______________________
4 _______________________
5 _______________________

MENU:

TO DO LIST:

☐ _______________________
☐ _______________________
☐ _______________________
☐ _______________________
☐ _______________________
☐ _______________________
☐ _______________________
☐ _______________________
☐ _______________________
☐ _______________________
☐ _______________________
☐ _______________________

NOTES:

DAILY PLAN

DATE: _______________________

M T W   T F S S

TODAYS GOALS:

1 _______________________
2 _______________________
3 _______________________
4 _______________________
5 _______________________

TO DO LIST:

☐ _______________________
☐ _______________________
☐ _______________________
☐ _______________________
☐ _______________________
☐ _______________________
☐ _______________________
☐ _______________________
☐ _______________________
☐ _______________________
☐ _______________________
☐ _______________________

APPOINTMENTS:

__:__ _______________________
__:__ _______________________
__:__ _______________________
__:__ _______________________

MENU:

____
____
____
____
____

NOTES:

DAILY PLAN

DATE: _______________________

M T W T F S S

APPOINTMENTS:

__:__ _______________________
__:__ _______________________
__:__ _______________________
__:__ _______________________

TODAYS GOALS:

1 _______________________
2 _______________________
3 _______________________
4 _______________________
5 _______________________

MENU:

TO DO LIST:

☐ _______________________
☐ _______________________
☐ _______________________
☐ _______________________
☐ _______________________
☐ _______________________
☐ _______________________
☐ _______________________
☐ _______________________
☐ _______________________
☐ _______________________
☐ _______________________

NOTES:

DAILY PLAN

DATE: _______________________

M T W   T F S S

TODAYS GOALS:

1 _______________________
2 _______________________
3 _______________________
4 _______________________
5 _______________________

TO DO LIST:

☐ _______________________
☐ _______________________
☐ _______________________
☐ _______________________
☐ _______________________
☐ _______________________
☐ _______________________
☐ _______________________
☐ _______________________
☐ _______________________
☐ _______________________
☐ _______________________

APPOINTMENTS:

__:__ _______________________
__:__ _______________________
__:__ _______________________
__:__ _______________________

MENU:

____
____
____
____
____

NOTES:

DAILY PLAN

DATE: _______________________

M T W T F S S

TODAYS GOALS:

1 _______________________
2 _______________________
3 _______________________
4 _______________________
5 _______________________

TO DO LIST:

☐ _______________________
☐ _______________________
☐ _______________________
☐ _______________________
☐ _______________________
☐ _______________________
☐ _______________________
☐ _______________________
☐ _______________________
☐ _______________________
☐ _______________________
☐ _______________________

APPOINTMENTS:

__:__ _______________________
__:__ _______________________
__:__ _______________________
__:__ _______________________

MENU:

____
____
____
____
____

NOTES:

DAILY PLAN

DATE: _______________________

APPOINTMENTS:

M T W   T F S S

__:__ _______________________

__:__ _______________________

__:__ _______________________

__:__ _______________________

TODAYS GOALS:

1 _______________________
2 _______________________
3 _______________________
4 _______________________
5 _______________________

MENU:

TO DO LIST:

- ☐ _______________________
- ☐ _______________________
- ☐ _______________________
- ☐ _______________________
- ☐ _______________________
- ☐ _______________________
- ☐ _______________________
- ☐ _______________________
- ☐ _______________________
- ☐ _______________________
- ☐ _______________________
- ☐ _______________________

NOTES:

DAILY PLAN

DATE: _______________________

M T W   T F S S

TODAYS GOALS:

1 _______________________
2 _______________________
3 _______________________
4 _______________________
5 _______________________

TO DO LIST:

☐ _______________________
☐ _______________________
☐ _______________________
☐ _______________________
☐ _______________________
☐ _______________________
☐ _______________________
☐ _______________________
☐ _______________________
☐ _______________________
☐ _______________________
☐ _______________________

APPOINTMENTS:

__:__ _______________________
__:__ _______________________
__:__ _______________________
__:__ _______________________

MENU:

____
____
____
____
____

NOTES:

DAILY PLAN

DATE: _______________________

M T W T F S S

TODAYS GOALS:

1 _______________________
2 _______________________
3 _______________________
4 _______________________
5 _______________________

TO DO LIST:

☐ _______________________
☐ _______________________
☐ _______________________
☐ _______________________
☐ _______________________
☐ _______________________
☐ _______________________
☐ _______________________
☐ _______________________
☐ _______________________
☐ _______________________
☐ _______________________

APPOINTMENTS:

__:__ _______________________
__:__ _______________________
__:__ _______________________
__:__ _______________________

MENU:

____
____
____
____
____

NOTES:

DAILY PLAN

DATE: _______________________

M T W   T F S S

TODAYS GOALS:

1 _______________________
2 _______________________
3 _______________________
4 _______________________
5 _______________________

TO DO LIST:

☐ _______________________
☐ _______________________
☐ _______________________
☐ _______________________
☐ _______________________
☐ _______________________
☐ _______________________
☐ _______________________
☐ _______________________
☐ _______________________
☐ _______________________
☐ _______________________

APPOINTMENTS:

__:__ _______________________
__:__ _______________________
__:__ _______________________
__:__ _______________________

MENU:

____
____
____
____
____

NOTES:

DAILY PLAN

DATE: _______________________

APPOINTMENTS:

M T W   T F S S

__:__ _______________________
__:__ _______________________
__:__ _______________________
__:__ _______________________

TODAYS GOALS:

1 _______________________
2 _______________________
3 _______________________
4 _______________________
5 _______________________

MENU:

TO DO LIST:

☐ _______________________
☐ _______________________
☐ _______________________
☐ _______________________
☐ _______________________
☐ _______________________
☐ _______________________
☐ _______________________
☐ _______________________
☐ _______________________
☐ _______________________
☐ _______________________

NOTES:

DAILY PLAN

DATE: _______________________

M T W T F S S

APPOINTMENTS:

__:__ _______________________
__:__ _______________________
__:__ _______________________
__:__ _______________________
__:__ _______________________

TODAYS GOALS:

1 _______________________
2 _______________________
3 _______________________
4 _______________________
5 _______________________

MENU:

TO DO LIST:

☐ _______________________
☐ _______________________
☐ _______________________
☐ _______________________
☐ _______________________
☐ _______________________
☐ _______________________
☐ _______________________
☐ _______________________
☐ _______________________
☐ _______________________

NOTES:

DAILY PLAN

DATE: _______________________

M T W   T F S S

APPOINTMENTS:

__:__ _______________________
__:__ _______________________
__:__ _______________________
__:__ _______________________

TODAYS GOALS:

1 _______________________
2 _______________________
3 _______________________
4 _______________________
5 _______________________

MENU:

____
____
____
____
____

TO DO LIST:

☐ _______________________
☐ _______________________
☐ _______________________
☐ _______________________
☐ _______________________
☐ _______________________
☐ _______________________
☐ _______________________
☐ _______________________
☐ _______________________
☐ _______________________

NOTES:

DAILY PLAN

DATE: _______________________

APPOINTMENTS:

M T W   T F S S

__:__ _______________________
__:__ _______________________
__:__ _______________________
__:__ _______________________

TODAYS GOALS:

1 _______________________
2 _______________________
3 _______________________
4 _______________________
5 _______________________

MENU:

TO DO LIST:

☐ _______________________
☐ _______________________
☐ _______________________
☐ _______________________
☐ _______________________
☐ _______________________
☐ _______________________
☐ _______________________
☐ _______________________
☐ _______________________
☐ _______________________
☐ _______________________

NOTES:

DAILY PLAN

DATE: _______________________

APPOINTMENTS:

M T W T F S S

__:__ _______________________

__:__ _______________________

__:__ _______________________

__:__ _______________________

TODAYS GOALS:

1 _______________________
2 _______________________
3 _______________________
4 _______________________
5 _______________________

MENU:

TO DO LIST:

☐ _______________________
☐ _______________________
☐ _______________________
☐ _______________________
☐ _______________________
☐ _______________________
☐ _______________________
☐ _______________________
☐ _______________________
☐ _______________________
☐ _______________________

NOTES:

DAILY PLAN

DATE: _______________________

APPOINTMENTS:

M T W   T F S S

___:___ _________________
___:___ _________________
___:___ _________________
___:___ _________________

TODAYS GOALS:

1 _______________________
2 _______________________
3 _______________________
4 _______________________
5 _______________________

MENU:

TO DO LIST:

- ☐ _______________________
- ☐ _______________________
- ☐ _______________________
- ☐ _______________________
- ☐ _______________________
- ☐ _______________________
- ☐ _______________________
- ☐ _______________________
- ☐ _______________________
- ☐ _______________________
- ☐ _______________________

NOTES:

DAILY PLAN

DATE: _______________________

APPOINTMENTS:

M T W T F S S

__:__ _______________________
__:__ _______________________
__:__ _______________________
__:__ _______________________

TODAYS GOALS:

1 _______________________
2 _______________________
3 _______________________
4 _______________________
5 _______________________

MENU:

TO DO LIST:

☐ _______________________
☐ _______________________
☐ _______________________
☐ _______________________
☐ _______________________
☐ _______________________
☐ _______________________
☐ _______________________
☐ _______________________
☐ _______________________
☐ _______________________

NOTES:

DAILY PLAN

DATE: _______________________

M T W   T F S S

TODAYS GOALS:

1 _______________________
2 _______________________
3 _______________________
4 _______________________
5 _______________________

TO DO LIST:

- [ ] _______________________
- [ ] _______________________
- [ ] _______________________
- [ ] _______________________
- [ ] _______________________
- [ ] _______________________
- [ ] _______________________
- [ ] _______________________
- [ ] _______________________
- [ ] _______________________
- [ ] _______________________
- [ ] _______________________

APPOINTMENTS:

__:__ _______________________
__:__ _______________________
__:__ _______________________
__:__ _______________________

MENU:

____
____
____
____
____

NOTES:

DAILY PLAN

DATE: _______________________

M T W   T F S S

TODAYS GOALS:

1 _______________________
2 _______________________
3 _______________________
4 _______________________
5 _______________________

TO DO LIST:

☐ _______________________
☐ _______________________
☐ _______________________
☐ _______________________
☐ _______________________
☐ _______________________
☐ _______________________
☐ _______________________
☐ _______________________
☐ _______________________
☐ _______________________

APPOINTMENTS:

__:__ _______________________
__:__ _______________________
__:__ _______________________
__:__ _______________________

MENU:

____
____
____
____
____

NOTES:

DAILY PLAN

DATE: _______________

M T W T F S S

APPOINTMENTS:

__:__ _______________
__:__ _______________
__:__ _______________
__:__ _______________

TODAYS GOALS:

1 _______________
2 _______________
3 _______________
4 _______________
5 _______________

MENU:

____
____
____
____
____

TO DO LIST:

☐ _______________
☐ _______________
☐ _______________
☐ _______________
☐ _______________
☐ _______________
☐ _______________
☐ _______________
☐ _______________
☐ _______________
☐ _______________

NOTES:

DAILY PLAN

DATE: _______________________

M T W T F S S

TODAYS GOALS:

1 _______________________
2 _______________________
3 _______________________
4 _______________________
5 _______________________

TO DO LIST:

☐ _______________________
☐ _______________________
☐ _______________________
☐ _______________________
☐ _______________________
☐ _______________________
☐ _______________________
☐ _______________________
☐ _______________________
☐ _______________________
☐ _______________________
☐

APPOINTMENTS:

_ _ : _ _ _______________________
_ _ : _ _ _______________________
_ _ : _ _ _______________________
_ _ : _ _ _______________________

MENU:

____
____
____
____
____

NOTES:

DAILY PLAN

DATE: _________________________

M T W T F S S

TODAYS GOALS:

1 ______________________
2 ______________________
3 ______________________
4 ______________________
5 ______________________

TO DO LIST:

☐ ______________________
☐ ______________________
☐ ______________________
☐ ______________________
☐ ______________________
☐ ______________________
☐ ______________________
☐ ______________________
☐ ______________________
☐ ______________________
☐ ______________________
☐ ______________________

APPOINTMENTS:

__:__ ______________________
__:__ ______________________
__:__ ______________________
__:__ ______________________

MENU:

____
____
____
____
____

NOTES:

DAILY PLAN

DATE: _______________________

M T W T F S S

TODAYS GOALS:

1 _______________________
2 _______________________
3 _______________________
4 _______________________
5 _______________________

TO DO LIST:

- ☐ _______________________
- ☐ _______________________
- ☐ _______________________
- ☐ _______________________
- ☐ _______________________
- ☐ _______________________
- ☐ _______________________
- ☐ _______________________
- ☐ _______________________
- ☐ _______________________
- ☐ _______________________
- ☐ _______________________
- ☐ _______________________

APPOINTMENTS:

__:__ _______________________
__:__ _______________________
__:__ _______________________
__:__ _______________________
__:__ _______________________

MENU:

____
____
____
____
____

NOTES:

DAILY PLAN

DATE: _______________________

M T W T F S S

TODAYS GOALS:

1 _______________________
2 _______________________
3 _______________________
4 _______________________
5 _______________________

TO DO LIST:

☐ _______________________
☐ _______________________
☐ _______________________
☐ _______________________
☐ _______________________
☐ _______________________
☐ _______________________
☐ _______________________
☐ _______________________
☐ _______________________
☐ _______________________
☐ _______________________

APPOINTMENTS:

__:__ _______________________
__:__ _______________________
__:__ _______________________
__:__ _______________________

MENU:

____
____
____
____
____

NOTES:

DAILY PLAN

DATE: _______________________

APPOINTMENTS:

M T W T F S S

__:__ _______________________

__:__ _______________________

__:__ _______________________

__:__ _______________________

TODAYS GOALS:

1 _______________________
2 _______________________
3 _______________________
4 _______________________
5 _______________________

MENU:

TO DO LIST:

☐ _______________________

☐ _______________________

☐ _______________________

☐ _______________________

☐ _______________________

☐ _______________________

☐ _______________________

☐ _______________________

☐ _______________________

☐ _______________________

☐ _______________________

☐ _______________________

NOTES:

DAILY PLAN

DATE: _______________________

M T W T F S S

TO DO LIST:

☐ _______________________
☐ _______________________
☐ _______________________
☐ _______________________
☐ _______________________
☐ _______________________
☐ _______________________
☐ _______________________
☐ _______________________
☐ _______________________
☐ _______________________

APPOINTMENTS:

__:__ _______________________
__:__ _______________________
__:__ _______________________
__:__ _______________________

MENU:

____
____
____
____
____

NOTES:

DAILY PLAN

DATE: _______________________

M T W T F S S

TODAYS GOALS:

1 _______________________
2 _______________________
3 _______________________
4 _______________________
5 _______________________

TO DO LIST:

☐ _______________________
☐ _______________________
☐ _______________________
☐ _______________________
☐ _______________________
☐ _______________________
☐ _______________________
☐ _______________________
☐ _______________________
☐ _______________________
☐ _______________________
☐ _______________________

APPOINTMENTS:

__:__ _______________________
__:__ _______________________
__:__ _______________________
__:__ _______________________

MENU:

NOTES:

Christmas Card List

Christmas Card List

Name: _______________________________________

Address: _____________________________________

____

Name: _______________________________________

Address: _____________________________________

____

Name: _______________________________________

Address: _____________________________________

____

Name: _______________________________________

Address: _____________________________________

____

Name: _______________________________________

Address: _____________________________________

____

Name: _______________________________________

Address: _____________________________________

____

Christmas Card List

Name:

Address:

Name:

Address:

Name:

Address:

Name:

Address:

Name:

Address:

Name:

Address:

Christmas Card List

Name: ____

Address: ____

____

Name: ____

Address: ____

____

Name: ____

Address: ____

____

Name: ____

Address: ____

____

Name: ____

Address: ____

____

Name: ____

Address: ____

____

Christmas Card List
Name:
Address:
Name:
Address:
Name:
Address:
Name:
Address:
Name:
Address:
Name:
Address:

Christmas Card List

Name:

Address:

Name:

Address:

Name:

Address:

Name:

Address:

Name:

Address:

Name:

Address:

Christmas Card List

Name:

Address:

Name:

Address:

Name:

Address:

Name:

Address:

Name:

Address:

Name:

Address:

Christmas Card List

Name: ___________________________________

Address: ___________________________________

____

Name: ___________________________________

Address: ___________________________________

____

Name: ___________________________________

Address: ___________________________________

____

Name: ___________________________________

Address: ___________________________________

____

Name: ___________________________________

Address: ___________________________________

____

Name: ___________________________________

Address: ___________________________________

____

Christmas Card List

Name:

Address:

Name:

Address:

Name:

Address:

Name:

Address:

Name:

Address:

Name:

Address:

Christmas Card List

Name: _______________________________

Address: _______________________________

____

Name: _______________________________

Address: _______________________________

____

Name: _______________________________

Address: _______________________________

____

Name: _______________________________

Address: _______________________________

____

Name: _______________________________

Address: _______________________________

Christmas Card List

Name:

Address:

Name:

Address:

Name:

Address:

Name:

Address:

Name:

Address:

Name:

Address:

Christmas Card List

Name:

Address:

Name:

Address:

Name:

Address:

Name:

Address:

Name:

Address:

Name:

Address:

Christmas Card List
Name:
Address:
Name:
Address:
Name:
Address:
Name:
Address:
Name:
Address:
Name:
Address:

Christmas Card List
Name:
Address:
Name:
Address:
Name:
Address:
Name:
Address:
Name:
Address:
Name:
Address:

Christmas Card List

Name:

Address:

Name:

Address:

Name:

Address:

Name:

Address:

Name:

Address:

Name:

Address:

Christmas Card List

Name: ___________________________________

Address: ________________________________

____

Name: ___________________________________

Address: ________________________________

____

Name: ___________________________________

Address: ________________________________

____

Name: ___________________________________

Address: ________________________________

____

Name: ___________________________________

Address: ________________________________

____

Name: ___________________________________

Address: ________________________________

____

Christmas Card List

Name: ____

Address: ____

____

Name: ____

Address: ____

____

Name: ____

Address: ____

____

Name: ____

Address: ____

____

Name: ____

Address: ____

____

Name: ____

Address: ____

Christmas Card List

Name: ____

Address: ____

____

Name: ____

Address: ____

____

Name: ____

Address: ____

____

Name: ____

Address: ____

____

Name: ____

Address: ____

____

Name: ____

Address: ____

____

Christmas Card List
Name:
Address:
Name:
Address:
Name:
Address:
Name:
Address:
Name:
Address:
Name:
Address:

Christmas Card List

Name: ___________________________

Address: ___________________________

____

Name: ___________________________

Address: ___________________________

____

Name: ___________________________

Address: ___________________________

____

Name: ___________________________

Address: ___________________________

____

Name: ___________________________

Address: ___________________________

____

Name: ___________________________

Address: ___________________________

____

Christmas Card List

Name: _______________________________

Address: _______________________________

____

Name: _______________________________

Address: _______________________________

____

Name: _______________________________

Address: _______________________________

____

Name: _______________________________

Address: _______________________________

____

Name: _______________________________

Address: _______________________________

Christmas Card List

Name: ______________________________

Address: ____________________________

____

Name: ______________________________

Address: ____________________________

____

Name: ______________________________

Address: ____________________________

____

Name: ______________________________

Address: ____________________________

____

Name: ______________________________

Address: ____________________________

____

Name: ______________________________

Address: ____________________________

____

Christmas Card Notes

Christmas Card Notes

Master Gift List

Name: _______________ gifts: _________________________

____

____

____

Name: _______________ gifts: _________________________

____

____

____

Name: _______________ gifts: _________________________

____

____

____

Name: _______________ gifts: _________________________

____

____

____

Name: _______________ gifts: _________________________

____

____

____

Name:_______________ gifts:_______________________

____

____

____

Name:_______________ gifts:_______________________

____

____

____

Name:_______________ gifts:_______________________

____

____

____

Name:_______________ gifts:_______________________

____

____

____

Name:_______________ gifts:_______________________

____

____

____

gifts:

gifts:

gifts:

gifts:

gifts:

gifts:
gifts:
gifts:
gifts:
gifts:

gifts:
gifts:
gifts:
gifts:
gifts:

gifts:
gifts:
gifts:
gifts:
gifts:

gifts:
gifts:
gifts:
gifts:
gifts:

gifts:
gifts:
gifts:
gifts:
gifts:

gifts:

gifts:

gifts:

gifts:

gifts:

gifts:

gifts:

gifts:

gifts:

gifts:

gifts:
gifts:
gifts:
gifts:
gifts:

gifts:
gifts:
gifts:
gifts:
gifts:

gifts:
gifts:
gifts:
gifts:
gifts:

Stocking Stuffers

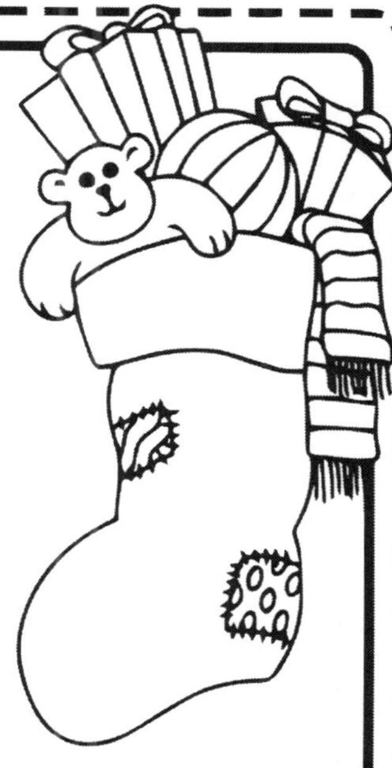

Stocking Stuffers

Name	Gift	Cost	Buy/Make	✓

Stocking Stuffers

Name	Gift	Cost	Buy/Make	✓

Stocking Stuffers
Name
Gift
Cost
Buy/Make

Stocking Stuffers

Name	Gift	Cost	Buy/Make	✓

Stocking Stuffer Notes

Budgeting

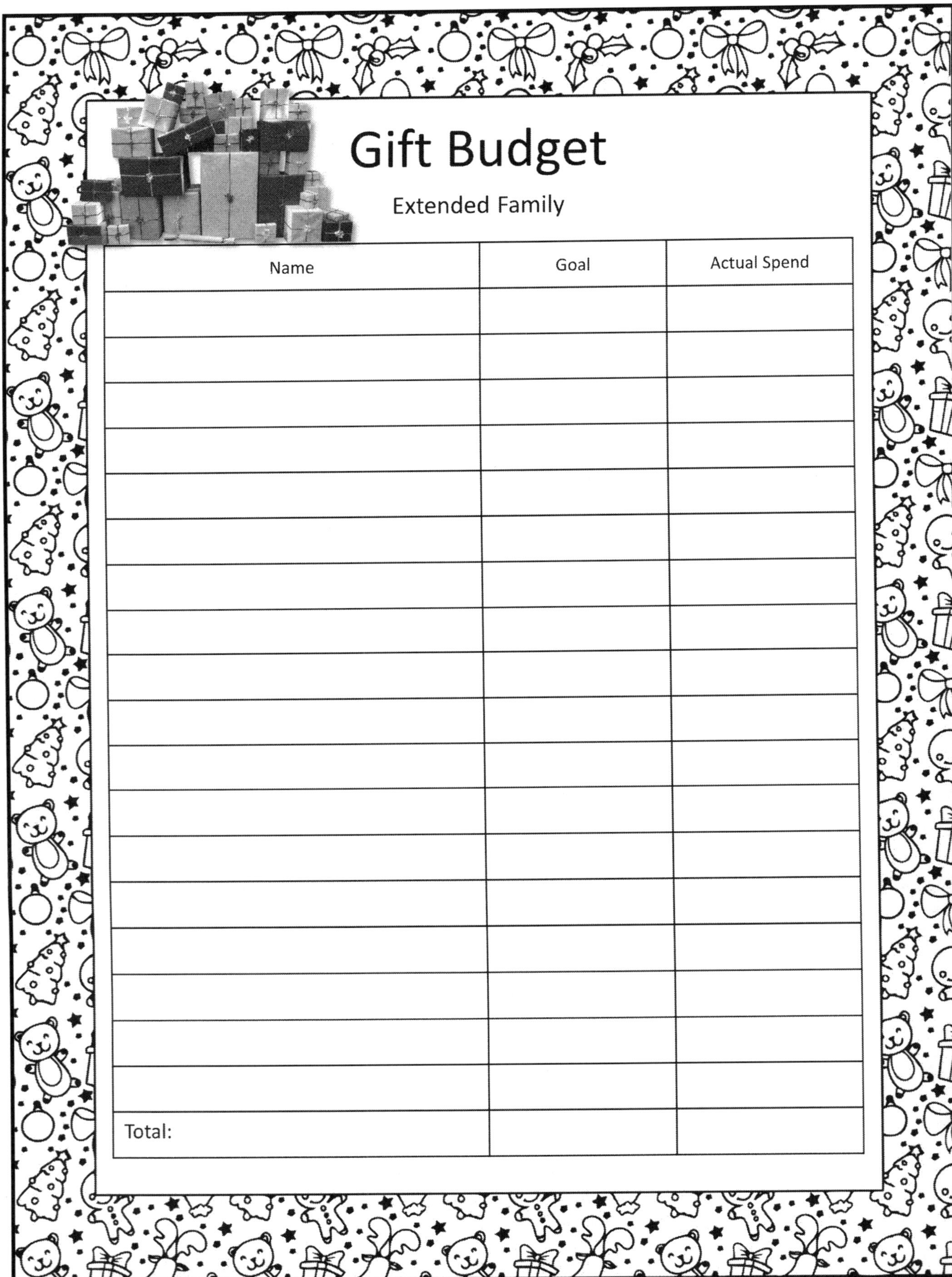

Gift Budget

Extended Family

Name	Goal	Actual Spend
Total:		

Gift Budget

Others – Friends/Teachers/Neighbors

Name	Goal	Actual Spend
Total:		

Gift Budget

Extended Family

Name	Goal	Actual Spend
Total:		

Gift Budget

Others – Friends/Teachers/Neighbors

Name	Goal	Actual Spend
Total:		

Holiday Expenses

For the Home – Decorations/Cards/Postage/Wrapping Paper...

Item	Goal	Actual Spend
Total:		

Holiday Expenses

Entertainment / Travel / Other Expenses

Item	Goal	Actual Spend
Total:		

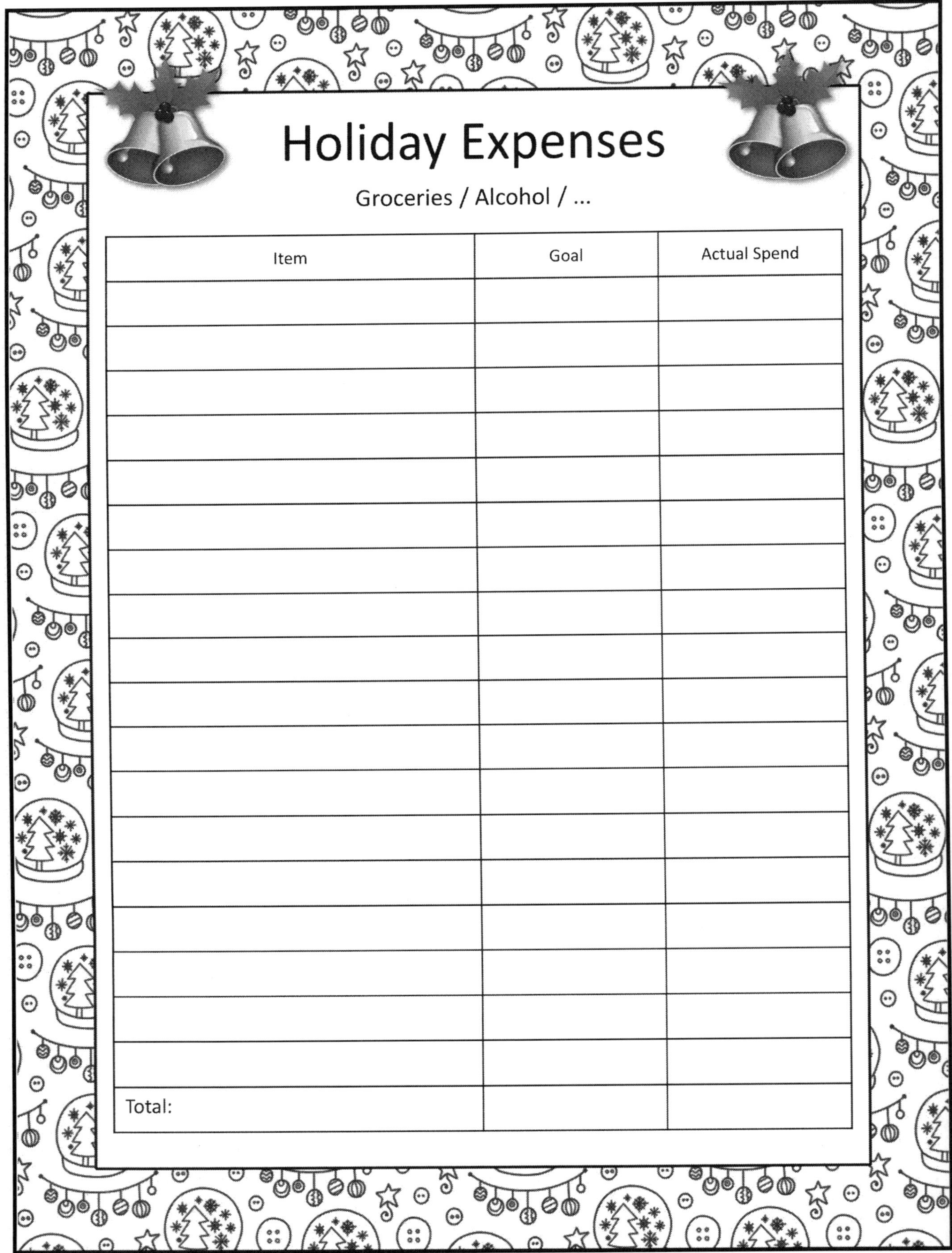

Holiday Expenses

Groceries / Alcohol / ...

Item	Goal	Actual Spend
Total:		

Black Friday Planning

Black Friday Planner

STORE: _______________
Hours: _______________
Early Bird @ _______________

DEALS	SALES PRICE	✓

STORE: _______________
Hours: _______________
Early Bird @ _______________

DEALS	SALES PRICE	✓

Black Friday Planner

STORE: _______________
Hours: _______________
Early Bird @ _______________

DEALS	SALES PRICE	✓

STORE: _______________
Hours: _______________
Early Bird @ _______________

DEALS	SALES PRICE	✓

Black Friday Planner

STORE: _______________
Hours: _______________
Early Bird @ _______________

DEALS	SALES PRICE	✔

STORE: _______________
Hours: _______________
Early Bird @ _______________

DEALS	SALES PRICE	✔

Black Friday Planner

STORE:
Hours:
Early Bird @

DEALS

SALES PRICE

STORE:
Hours:
Early Bird @

DEALS

SALES PRICE

Black Friday Planner

STORE: ___________________
Hours: ___________________
Early Bird @ ___________________

DEALS	SALES PRICE	✓

STORE: ___________________
Hours: ___________________
Early Bird @ ___________________

DEALS	SALES PRICE	✓

Black Friday Planner

[STORE: ___________________
Hours: ___________________
Early Bird @ ___________________]

DEALS	SALES PRICE	✓

[STORE: ___________________
Hours: ___________________
Early Bird @ ___________________]

DEALS	SALES PRICE	✓

Black Friday Notes

Black Friday Notes

Black Friday Notes

Cyber Monday Plannning

Cyber Monday Planner

WEBSITE: _______________

STARTS @: _______________

ENDS: _______________

DEALS	SALES PRICE	✓

WEBSITE: _______________

STARTS @: _______________

ENDS: _______________

DEALS	SALES PRICE	✓

Cyber Monday Planner
WEBSITE:
STARTS @:
ENDS:
DEALS
SALES PRICE
WEBSITE:
STARTS @:
ENDS:
DEALS
SALES PRICE

Cyber Monday Planner

WEBSITE: ___________________________
STARTS @: ___________________________
ENDS: ___________________________

DEALS	SALES PRICE	✓

WEBSITE: ___________________________
STARTS @: ___________________________
ENDS: ___________________________

DEALS	SALES PRICE	✓

Cyber Monday Planner

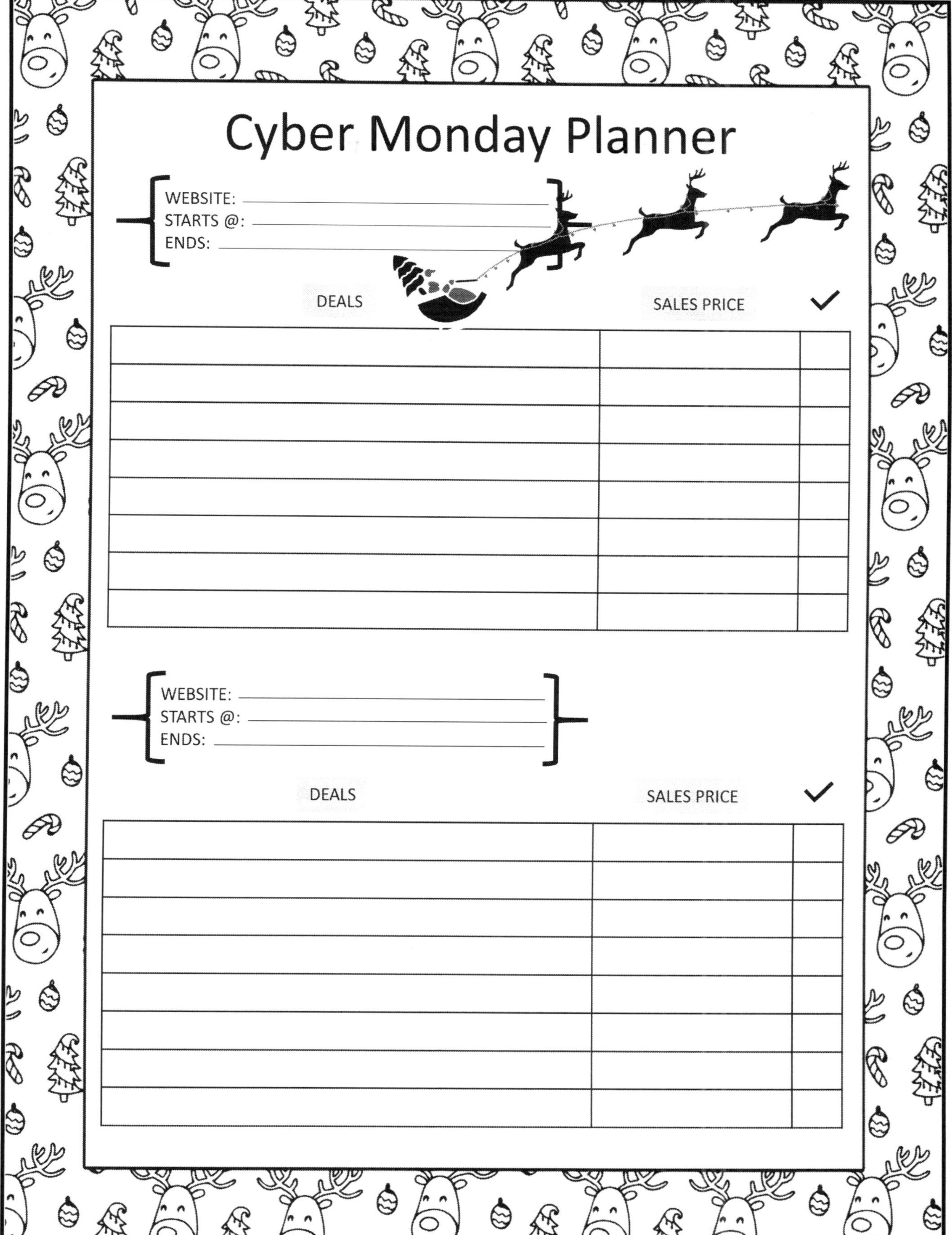

WEBSITE: ___________________________
STARTS @: ___________________________
ENDS: ___________________________

DEALS	SALES PRICE	✓

WEBSITE: ___________________________
STARTS @: ___________________________
ENDS: ___________________________

DEALS	SALES PRICE	✓

Cyber Monday Planner

{ WEBSITE: ___________________
  STARTS @: ___________________
  ENDS: ___________________

DEALS	SALES PRICE	✓

{ WEBSITE: ___________________
  STARTS @: ___________________
  ENDS: ___________________

DEALS	SALES PRICE	✓

Cyber Monday Planner

WEBSITE: _______________________
STARTS @: _______________________
ENDS: _______________________

DEALS	SALES PRICE	✓

WEBSITE: _______________________
STARTS @: _______________________
ENDS: _______________________

DEALS	SALES PRICE	✓

Cyber Monday Notes

Cyber Monday Notes

Cyber Monday Notes

Online Orders

Online Orders

Date Ordered	Website	Item	✓

Online Orders

Date Ordered	Website	Item	✓

Online Orders

Date Ordered	Website	Item	✓

Online Orders

Date Ordered	Website	Item	✓

Online Orders Notes

Online Orders Notes

Online Orders Notes

Entertainment
Travel Notes

Entertainment/Travel Notes

Entertainment/Travel Notes

Entertainment/Travel Notes

Meal Planning

Christmas Day Meal Planner

Breakfast Menu	Lunch Menu

Dinner Menu

Groceries Notes

Groceries Notes

Christmas Day

Christmas Day Planner

Time	Task	Traditions
06:00		
07:00		
08:00		
09:00		
10:00		
11:00		
12:00		
13:00		
14:00		Activities
15:00		
16:00		
17:00		
18:00		
19:00		
20:00		
21:00		
22:00		

Other Plans	Notes

Christmas Day Notes

Christmas Day Notes

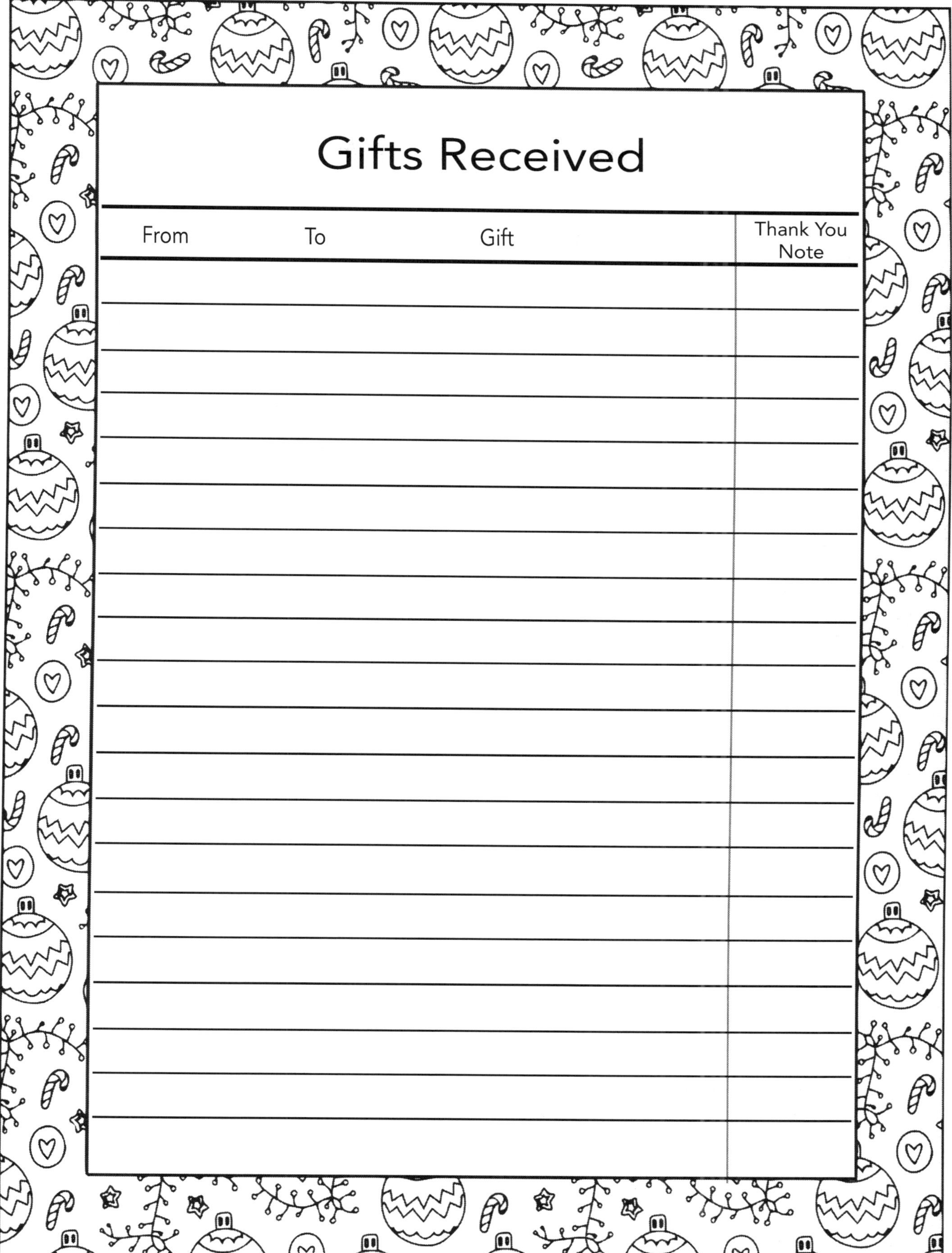

Gifts Received

From	To	Gift	Thank You Note

Gifts Received

From	To	Gift	Thank You Note

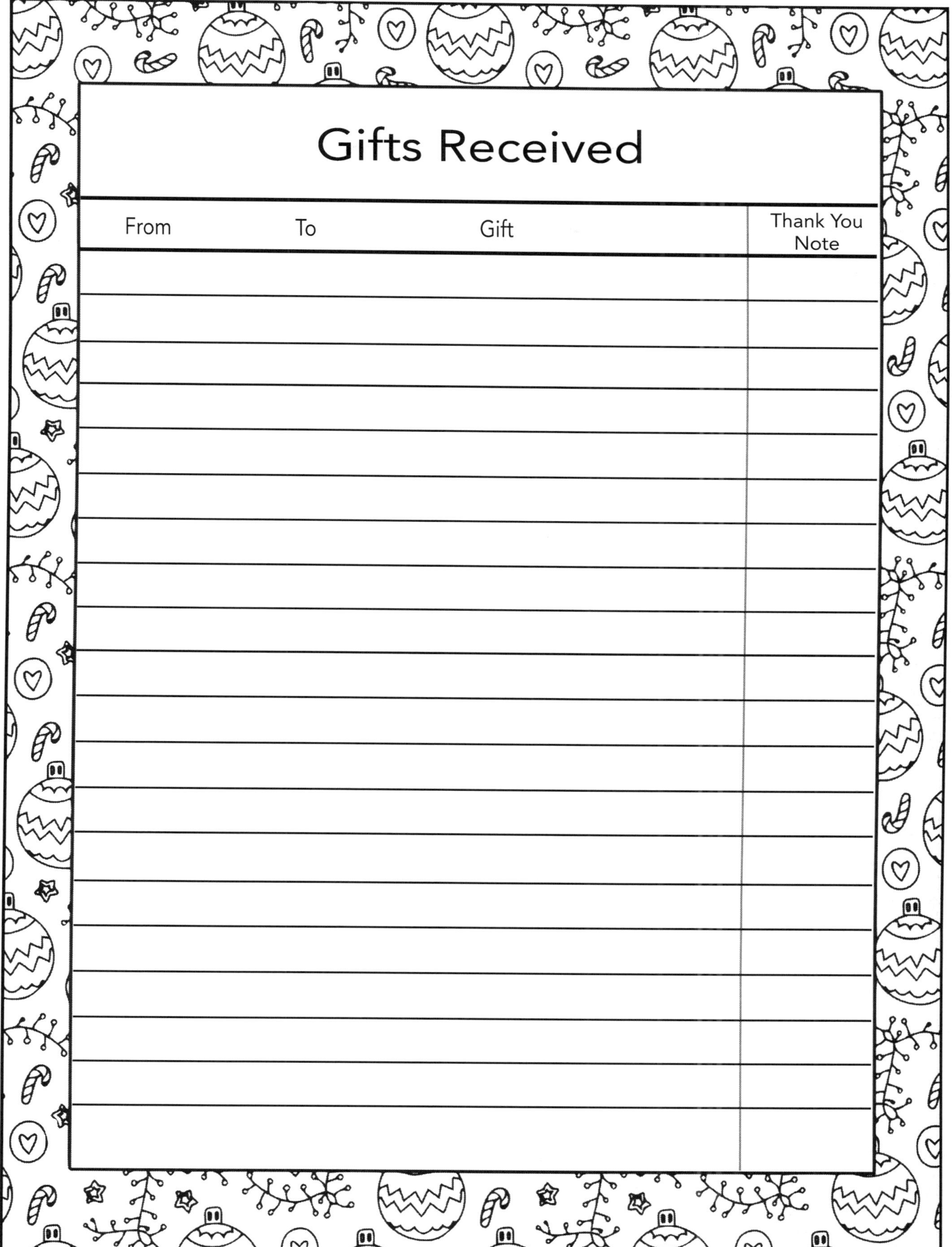

Gifts Received

From	To	Gift	Thank You Note

Gifts Received

From	To	Gift	Thank You Note

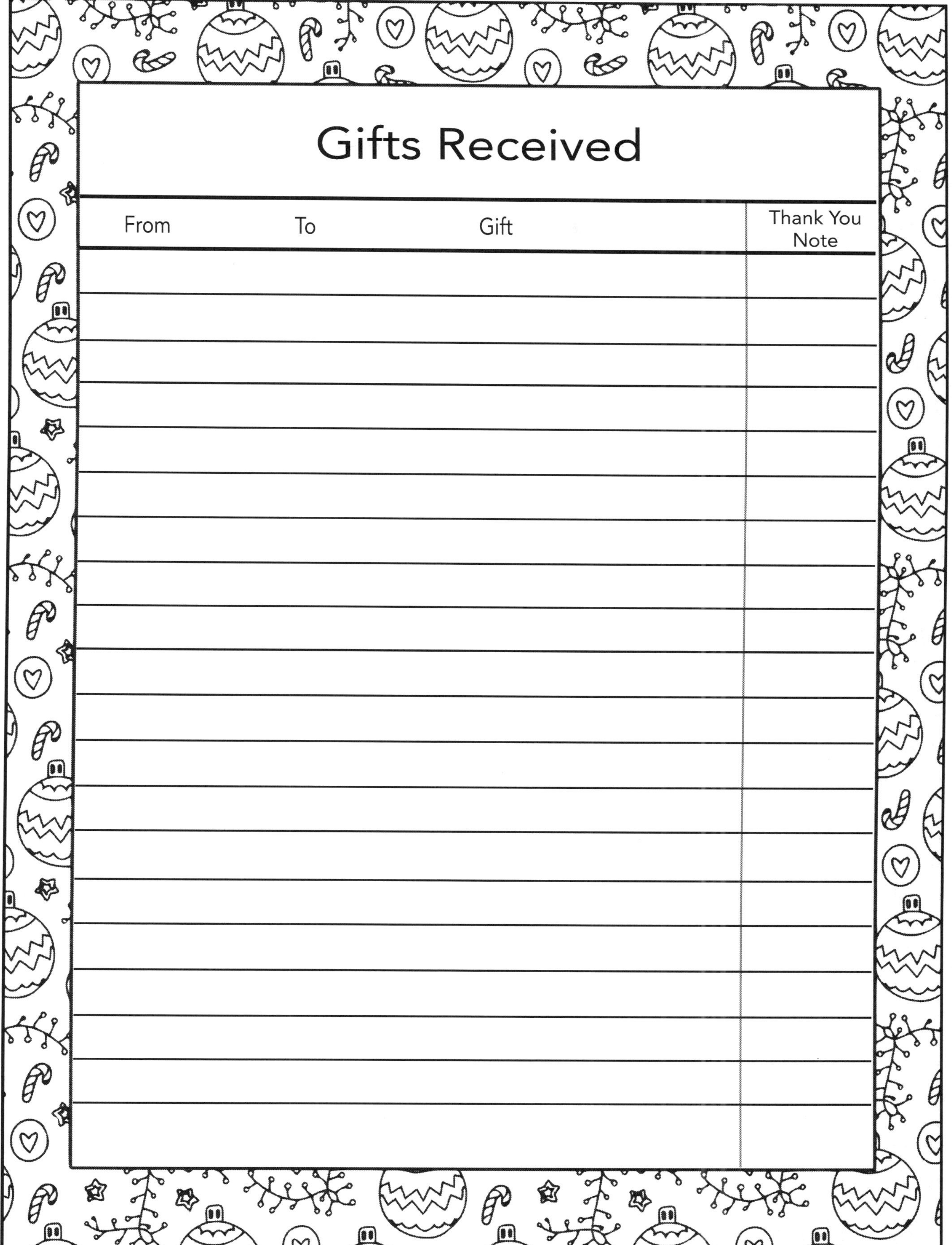

Gifts Received

From	To	Gift	Thank You Note

Gifts Received

From	To	Gift	Thank You Note

Gifts Received

From	To	Gift	Thank You Note

Gifts Received

From	To	Gift	Thank You Note

Christmas Memories

My Favorite Holiday Memories

My Favorite Holiday Memories

My Favorite Holiday Memories

My Favorite Holiday Memories

My Favorite Holiday Memories

My Favorite Holiday Memories

My Favorite Holiday Memories

Notes For Next Year

For Next Year

Traditions to Start	Foods To Have Again

Leftover Wrapping Paper/Cards/Postage/etc.	Foods Not To Have Again

Activities To Do Again	Do Not Do Again

Other Notes

Other Notes

Others Notes

Others Notes

A simple approach to finding the right gift

If you find yourslef struggiling to remember who likes what... This Gift Giving Journal gives you a way to jot down a their favorite things. Or better yer, have them fill-in the blanks for you. This little book of ideas will help make gift giving easier.

Available on Amzon ISBN 978-1947594999

D & D
Graphics

Self-help | Planner | Journaling | Organizer

ISBN 978-1-947594-00-5

Published by D&D Graphics in 2018
First edition; First printing

Made in the USA
Middletown, DE
18 November 2021

52851290R00093